When I Am Gloomy
Nikiwa na huzuni

Sam Sagolski
Illustrated by Daria Smyslova

www.kidkiddos.com
Copyright ©2025 by KidKiddos Books Ltd.
support@kidkiddos.com

All rights reserved. No part of this book may be reproduced in any form or by any electronic or mechanical means, including information storage and retrieval systems, without written permission from the publisher, except in the case of a reviewer, who may quote brief passages embodied in critical articles or in a review.
First edition, 2025

Translated from English by Happines Mlay
Imetafsiriwa kutoka kingereza na Happines Mlay

Library and Archives Canada Cataloguing in Publication
When I Am Gloomy (English Swahili Bilingual edition)/Shelley Admont
ISBN: 978-1-83416-828-9 paperback
ISBN: 978-1-83416-829-6 hardcover
ISBN: 978-1-83416-827-2 eBook

Please note that the English and Swahili versions of the story have been written to be as close as possible. However, in some cases they differ in order to accommodate nuances and fluidity of each language.

One cloudy morning, I woke up feeling gloomy.

Asubuhi moja yenye mawingu, niliamka nikiwa na huzuni.

I got out of bed, wrapped myself in my favorite blanket, and walked into the living room.

Nilitoka kitandani, nikajifunika blanketi nililolipenda na kuelekea sebuleni.

"Mommy!" I called. "I'm in a bad mood."
"Mama!" Niliita. "Nina hali mbaya."

Mom looked up from her book. "Bad? Why do you say that, darling?" she asked.
Mama akatazama juu kutoka kwenye kitabu chake. "Mbaya? Kwanini unasema hivyo, mpenzi?" Aliuliza.

"Look at my face!" I said, pointing to my furrowed brows. Mom smiled gently.
"Angalia uso wangu!" Nilisema huku nikikunja nyusi zangu. Mama alitabasamu kwa upole.

"I don't have a happy face today," I mumbled. "Do you still love me when I'm gloomy?"
"Sina uso wa furaha leo," nilinong'ona. "Bado unanipenda nikiwa na huzuni?"

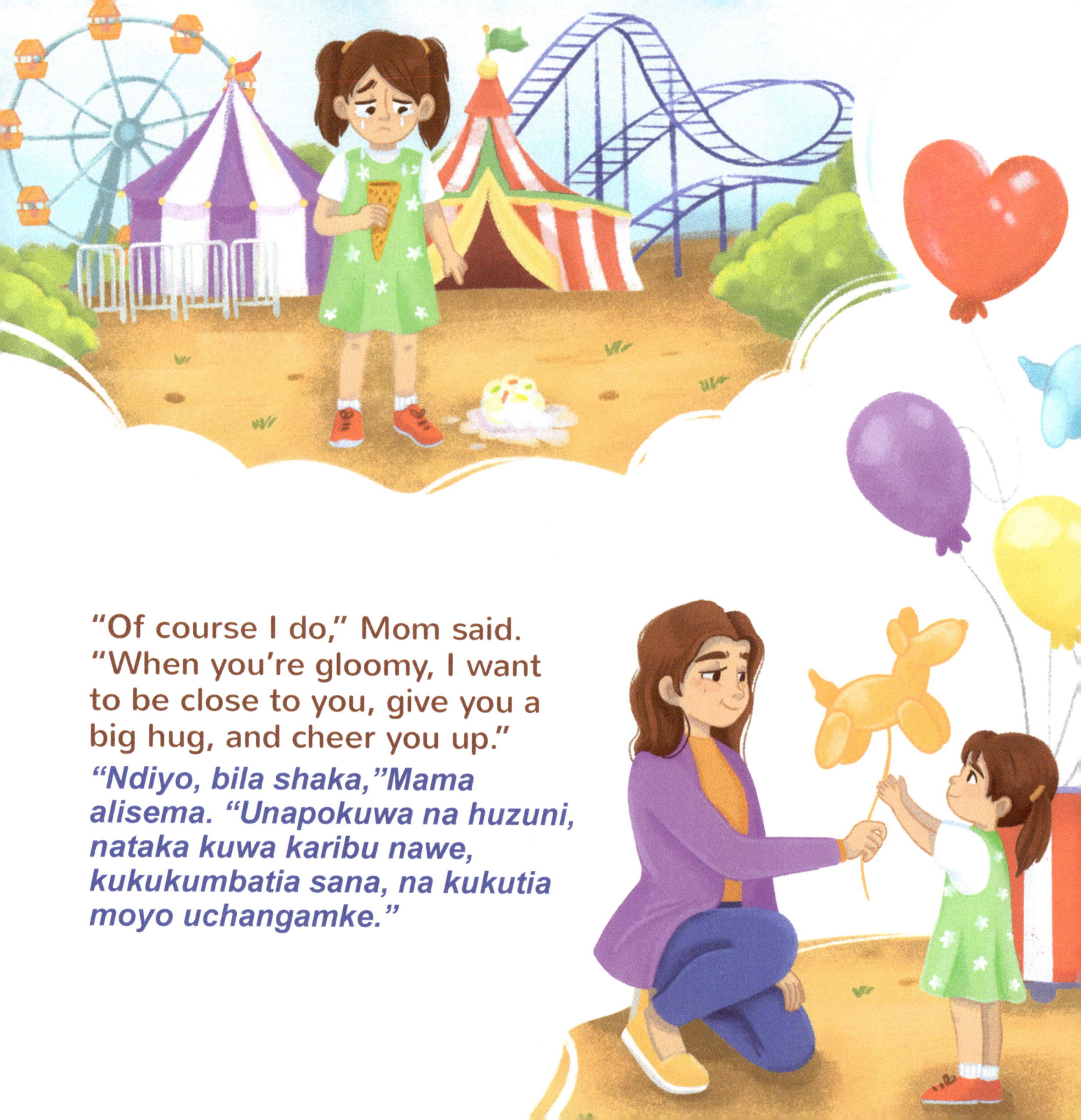

"Of course I do," Mom said. "When you're gloomy, I want to be close to you, give you a big hug, and cheer you up."

"Ndiyo, bila shaka," Mama alisema. "Unapokuwa na huzuni, nataka kuwa karibu nawe, kukukumbatia sana, na kukutia moyo uchangamke."

That made me feel a little better, but only for a second, because then I started thinking about all my other moods.

Hilo lilinifanya nijisikie vizuri kidogo, lakini kwa sekunde moja tu, kwa sababu kisha nilianza kufikiria juu ya hisia zangu nyingine zote.

"So... do you still love me when I'm angry?"
"Kwa hiyo... bado unanipenda wakati nina hasira?"

Mom smiled again. "Of course I do!"
Mama akatabasamu tena. "Ndiyo, bila shaka!"

"Are you sure?" I asked, crossing my arms.
"Una uhakika?" Niliuliza, nikikunja mikono yangu.

"Even when you're mad, I'm still your mom. And I love you just the same."

"Hata unapokasirika, mimi bado ni mama yako. Na ninakupenda vivyo hivyo."

I took a big breath. "What about when I'm shy?" I whispered.
Nikashusha pumzi kubwa. "Vipi wakati nina aibu?" Nilinong'ona.

"I love you when you're shy too," she said. "Remember when you hid behind me and didn't want to talk to the new neighbor?"
"Ninakupenda wakati una aibu pia," alisema. "Unakumbuka ulipojificha nyuma yangu na hukutaka kuongea na jirani mpya?"

I nodded. I remembered it well.
Niliitikia kwa kichwa. Nilikumbuka vizuri.

"And then you said hello and made a new friend. I was so proud of you."

"Na kisha ukasema habari na kupata rafiki mpya. Nilijivunia wewe."

"Do you still love me when I ask too many questions?" I continued.

"Je, bado unanipenda ninapouliza maswali mengi?" Nikaendelea.

"When you ask a lot of questions, like now, I get to watch you learn new things that make you smarter and stronger every day," Mom answered. "And yes, I still love you."

"Unapouliza maswali mengi, kama sasa, ninapata kukuona ukijifunza mambo mapya ambayo yanakufanya uwe mwerevu na mwenye nguvu kila siku," Mama alijibu. "Na ndiyo, bado nakupenda."

"What if I don't feel like talking at all?" I continued asking.
"Itakuwaje kama sijiskii kuzungumza kabisa?" Nikaendelea kuuliza.

"Come here," she said. I climbed into her lap and rested my head on her shoulder.
"Njoo hapa," alisema. Nilipanda mapajani mwake na kukilaza kichwa changu begani mwake.

"When you don't feel like talking and just want to be quiet, you start using your imagination. I love seeing what you create," Mom answered.

"Wakati hujisikii kuzungumza na unataka tu kuwa kimya, unaanza kutumia fikira zako. Ninapenda kuona kile unachounda," Mama alijibu.

Then she whispered in my ear, "I love you when you're quiet too."

Kisha akanong'ona sikioni mwangu, "Nakupenda ukiwa kimya pia."

"But do you still love me when I'm afraid?" I asked.
"Lakini bado unanipenda wakati ninaogopa?" niliuliza.

"Always," said Mom. "When you're scared, I help you check that there are no monsters under the bed or in the closet."
"Daima," alisema Mama. *"Unapoogopa, ninakusaidia kuangalia kama hakuna viumbe vya kutisha chini ya kitanda au kabatini."*

She kissed me on the forehead. "You are so brave, my sweetheart."

Alinibusu kwenye paji la uso. "Wewe ni jasiri sana, mpenzi wangu."

"And when you're tired," she added softly, "I cover you with your blanket, bring you your teddy bear, and sing you our special song."

"Na unapochoka," akaongeza kwa upole, "ninakufunika kwa blanketi lako, nakuletea teddy bear wako, na kukuimbia wimbo wetu wa kipekee."

"What if I have too much energy?" I asked, jumping to my feet.

"Itakuwaje ikiwa nina nguvu nyingi?" Niliuliza, nikiruka kwa miguu yangu.

She laughed. "When you're full of energy, we go biking, skip rope, or run around outside together. I love doing all those things with you!"

Alicheka. "Unapokuwa na nguvu nyingi, tunaendesha baiskeli, kuruka kamba, au kukimbia nje pamoja. "Ninapenda kufanya mambo hayo yote pamoja nawe!"

"But do you love me when I don't want to eat broccoli?" I stuck out my tongue.

"Lakini unanipenda wakati sitaki kula brokoli?" Nilitoa ulimi wangu nje.

Mom chuckled. "Like that time you slipped your broccoli to Max? He liked it a lot."

Mama akacheka. "Kama wakati ule ulipompa brokoli yako Max kwa siri? Aliipenda sana."

"You saw that?" I asked.
"Kumbe Uliona?" niliuliza.

"Of course I did. And I still love you, even then."
"Ndiyo, Bila shaka. Na bado ninakupenda, hata hivyo."

I thought for a moment, then asked one last question:
Nilifikiria kwa muda, kisha nikauliza swali la mwisho:

"Mommy, if you love me when I'm gloomy or mad... do you still love me when I'm happy?"
"Mama, ikiwa unanipenda nikiwa na huzuni au hasira ... bado unanipenda ninapokuwa na furaha?"

"Oh, sweetheart," she said, hugging me again, "when you're happy, I'm happy too."
"Oh, kipenzi," alisema, akinikumbatia tena, "unapokuwa na furaha, mimi pia nina furaha."

She kissed me on the forehead and added, "I love you when you're happy just as much as I love you when you're sad, or mad, or shy, or tired."
Alinibusu kwenye paji la uso na kuongeza, "Ninakupenda unapokuwa na furaha kama vile ninavyokupenda ukiwa na huzuni, au hasira, au aibu, au uchovu."

I snuggled close and smiled. "So… you love me all the time?" I asked.

Nilijisogeza karibu na kutabasamu. "Kwa hivyo ... unanipenda kila wakati?" niliuliza.

"All the time," she said. "Every mood, every day, I love you always."

"Wakati wote," alisema. "Kila hisia, kila siku, nakupenda kila wakati."

As she spoke, I started feeling something warm in my heart.
Wakati anaongea, nilianza kuhisi kitu chenye amani na utulivu moyoni mwangu.

I looked outside and saw the clouds floating away. The sky was turning blue, and the sun came out.
Nilitazama nje na kuona mawingu yakiondoka kwa kuelea. Anga ilikuwa inageuka kuwa bluu, na jua likatoka.

It looked like it was going to be a beautiful day after all.
Ilionekana kana kwamba itakuwa siku nzuri baada ya yote.

www.ingramcontent.com/pod-product-compliance
Lightning Source LLC
LaVergne TN
LVHW072009060526
838200LV00010B/310

9 781834 168296